மனம் ஒரு கண்ணாடி

த.ஆ.பிரகாஷ்

aelay
publish

aelay
publish

மனம் ஒரு கண்ணாடி
கவிதை தொகுப்பு
ஆசிரியர் : த.ஆ.பிரகாஷ் ©
முதல் பதிப்பு : நவம்பர் 2023
ஏலே பதிப்பகம்
5/175, பாத்திமா நகர், கூத்தென்குழி,
திருநெல்வேலி - 627104
தொடர்புக்கு : +91 9944992571

manam oru kannaadi
Poetry
by – tha.a.prakash ©
First Edition : Nov 2023

ISBN : 978-81-19332-86-1
Aelay Publish
Contact : +91 9944992571
Designed by : Aelay publish team

முன்னுரை:

பல முறை வாசித்தாலும் சுவை தரும் மொழி தமிழே! இன்பமாகிய தமிழை இளைப்பாறியபடி பருகுவோம். எழுத்து துறையில் பல முன்னோடிகள் வந்தும் வந்துகொண்டும் வரவும் இருக்கிறீர்கள். எந்த ஒரு துறையிலும் நுழைய தெம்பு வேண்டும். அதை வாரி வழங்கிய தாய் தமிழுக்கு வணக்கம். மேலும் தைரியம் ஊட்டும் வகையில் நண்பர் எழில் தமிழன் தினேஷ் ராஜா அவர்கள் வெளியிடும் கவிதைகள் படவரியில் பார்த்து வந்தேன். அவர் எழுதிய கள்ளியின் அள்ளி இதழ் புத்தகம் படிக்க ஆவல் கொண்டு வாங்கினேன். படவரி பக்கம் தொடங்கியதிலிருந்து ஆதரவு தரும் அன்பு நெஞ்சங்களுக்கு நன்றி. மின்மினியின் மின்னல்கவிதைகள், டிசம்பர் பூக்கள் புத்தகங்களையும் படித்தேன். அத்தனையும் முத்து முத்தான கவிதைகள் எனது படவரி பக்கத்தில் மதிப்புரை பதிவிட்டுள்ளேன். படவரியில் கவிதை எழுத ஊக்கபடுத்திய, தலைப்பு வழங்கிய நண்பர்களுக்கு நன்றி. புத்தகத்தின் அட்டை படத்தை வடிவமைத்த எழுத்தாளர் லோகேஷ் அவர்களுக்கும் அச்சிடும் அச்சகத்தாருக்கும் புத்தகத்தை உங்கள் கையில் சேர்த்த பதிப்பகத்தாருக்கும் நன்றிகள்.

தமிழ் அன்பன்,
த.ஆ.பிரகாஷ்
Prakash_adalarasan@outlook.com
படவரி: @tha.a.prakash
அட்டைப்படம்: @loki_info_graphics

தஞ்சை
12-08-2023

அணிந்துரை:

கற்பனை விதைத்த தைரியம் தான் கவிதை இது எனது கவிதையல்ல ! இதனை சில வருடங்களுக்கு முன்பு எனது காதலி அவளுக்கு பிடித்த கவிதைகளை எழுதி வைத்திருந்த ஏட்டிலிருந்த படித்த நியாபகம். இதை எழுதிய ஆசிரியர் யாரென்று எனக்கு தெரியாது . ஆனால் ,இது உண்மை தானே நம்முடைய எத்தகைய கற்பனையையும் தைரியமாக வெளியிட கவிதை முக்கியச் சாதனம் தானே, அத்தகைய கற்பனையையும் உண்மையையும் கலந்து தைரியமாக விதைக்கப்பட்ட கவிதை நூல் தான் நண்பர் த.ஆ.பிரகாஷின் "மனம் ஒரு கண்ணாடி"

இந்த புத்தகத்தில் முதல் கவிதை பெண் , பெண்தானே நமக்கு தாய்,தங்கை,தாரம்,மகள், தோழி என எல்லாமுமாக இருப்பவர்கள் .அவர்களை இரசிப்பதில் ஏதேனும் தவறுண்டா இல்லை ,புசிக்கும் பார்வை தான் தவறு , அதையொப்ப இவ்வுலகில் பல தவறுகள் இருக்க; அதையெல்லாம் ஒதுக்கி முன்னேற நினைத்தால் பல தடைகளும், எதிர்ப்புகளும் வரும் அதற்கெல்லாம் மனம் துவலாமல் இம்மண்ணுலகில் வாழ்க்கை பயணத்தை துவங்கினால் அது சில சமயம் இன்பமானதாகவும் பலமுறை துன்பந்தருவதாகவும் இருக்கும் , இப்பயணத்தில் நம்மோடு பயணம் செய்பவர்கள் நம்மை ஏமாற்றுபவர்களாகவும் , நம்மை அடிமைபடுத்துபவர்களாகவும் , பொருள் போதைக்கு அடிபணிந்தவர்களாகவும், அன்பை அறியாதவர்களாகவும் இருந்து நம்மைபோலவே மாண்டு போவார்கள், அப்படி அவர்கள் மாண்டு போவதற்குள் அவர்களுக்குள் போட்டி, பொறாமை, புகழ்ச்சி, இகழ்ச்சி, ஊடல் ,உவகை என எத்தனை வேறுபாடுகள் நிலவுகின்றன, இது போன்ற வேறுபாடுகளையும், இன்னல்களையும், தர்மமற்ற செயல்களையும் படைத்ததேன் ? படைக்கப்பட்டும் இங்கு ஏன் பலர் தேர்வாகத கவிதையாவும், முற்றுபெறாத கதையாவும், கற்றறியா இயலா காவியமாவும்! வாழ்கின்றனர், அவர்கள் எப்படி அன்புடைய சமூகத்தை படைக்கிறார்கள் , அதற்கு

முப்பாட்டன் முருகனின் துணையும் ! காளி கொடுக்கும் தைரியம் அவசியமல்லவா , கடவுளுக்கு மட்டுமே இன்றி காதலுக்கும் அதில் முக்கிய பங்கு உள்ளதல்லவா, அத்தகைய காதலில் மலர்ந்த மகளெனும் மலரை மார்மீதும் மகனென்னும் மலரை தலைமீதும் வைத்து பொற்காலை பொழுது முதல் பொன்மாலை பொழுதுவரை இரசித்து அவர்களுக்கு சுதந்திரம் எடுத்துரைத்து புலனடக்கம் கற்றுக்கொடுக்க , அவர்களோடு நாமும் ஆசையை அடக்கி , பிறரை மதித்து , நன்மையை போற்றி , தீமைக்கு பயந்து, சினத்தை ஒழித்து , பிறருக்கு உதவி ஞானம் தொட வாழும் வரை புதுப்புது பயிற்சி செய்தல் அவசியமென தனது கவிதைகள் மூலம் அழகாகவும் ஆழமாகவும் கூறியுள்ளார் நண்பர் த.ஆ.பி

இக்கவிதைகள் மட்டுமல்லாமல் இந்நூலில் இவர் எழுதிய ஐக்கூ , சென்ரியு கவிதைகளான பில்டர் காப்பி , உள்ளூர் விவசாயி , புறவெளி அலங்காரன் , காற்று, கடிகார முள், மேகம் போன்ற கவிதைகள் இரசிப்பதற்கும் பாரட்டுவதற்கும் உரியவை ஆகும்.

இதுவே நான் எழுதும் முதல் அணிந்துரை ஆகும். இவ்வாய்ப்பை நல்கிய அன்பு நண்பருக்கு பல ஆக்கமிகு படைப்புகளை வெளியிட வாழ்த்துகளும் நன்றியும்.

என்றென்றும் அன்புடன்
எழில் தமிழன் தினேஷ் ராஜா
(மும்தாஜின் நிழல் மற்றும் கள்ளியின் அல்லி இதழ் நூல்களின் ஆசிரியர்)

பல்சுவை உலா:

பெண்:

ஆணின் சரிபாதி அவள்!
படுக்கையில் மட்டுமல்ல வாழ்விலும் தான்!
அர்த்தநாரியின் அங்கத்திலும் ஆன்மாவிலும் பாதி அவள்!
வாழ்வை அழகாக்க வந்த வரம் அவள்!
தன் குழந்தைமீது அளவில்லா அன்பை அள்ளி தெளிப்பவள்!
தந்தைக்கு பிறகு மகன் மீது மட்டற்ற பாசம் வைப்பவள்!
பலநேரங்களில் உற்றதுணையாய் உயிர்துணையாய் இருப்பவள்!
அன்பின் வெளிப்பாடு அவள்!
ஆடவனின் சக்தி அவள்!
ஆண்மைக்கு இலக்கணம் அவள்!
எறும்புகளை போல் அயராது உழைப்பவள்!
அவளில்லையேல் யாவும் இல்லை!

அழகு:

அழகை ரசிப்பது தவறு என்றான் ஒருவன்.

அழகு ரசிப்பதற்கு அன்றி வேறு எதற்கு?
அதைப் படைத்ததன் நோக்கம் என்ன?
அனுமதியின்றி ருசிப்பதுதான் தவறு! என்றான் ரசிகன்.

அழகாய் சொன்னாய் என்றான் அவன்.

துவளாதே மனமே:

தடைகளை கண்டு திகைக்க வேண்டாம்;
அவை உங்களுக்கு சரியான பாதையை காட்ட வந்தவைகள்!

வீண் எதிர்ப்பை கண்டு நடுங்க வேண்டாம்;
அவை நீங்கள் சரியான பாதையில் செல்வதை உறுதி செய்கின்றன!

கண்கட்டு வித்தை நடத்தும் மாயையை கண்டு தடுமாற(தடம் மாற) வேண்டாம்;
அவை தங்கள் சித்தாந்தத்தை பரீட்சிக்க வந்தவைகள்!

பிடித்தவை கிடைத்தவை தவறுவதை கண்டு ஐயுற வேண்டாம்;
அவை தங்களுக்கு உரித்தான மேன்மை பொருந்தியவற்றை கொண்டுவந்து சேர்ப்பவை!

மனம் தளர வேண்டாம்; மனிதனின் மகத்துவத்தை உணருங்கள்!

சரண கவிதைகள்:

மண்ணுலக பயணம்:

(துண்டு சீட்டு மன்னிதழ் அக்டோபர் 2022)

எனக்கு என்று எல்லோரும் இருந்தும் யாரும் இல்லாதவன் ஆனேன்!

நான் ஒன்றுக்கும் உரிமை இல்லாதவன் என் மீது கூட!

பந்தமும் பாசமும் பொய்த்து போன
புவியில் பகை விஞ்சியது!

கருவிலிருக்கும் போதே சேரவேண்டிய இடத்திற்கு
கட்டணமில்லா பயணச்சீட்டு பெற்றவன்!

பொருளை தேடி செல்லும் வாழ்வின் பொருளை உணராத உலகம் இது!

கல்வி குறைந்து காமம் பெருகும் (கலி)காலம் இது!

வலியவர் எளியவரின் இன்பத்தை அடித்து பிடுங்கும் யுகம் இது!

பிறர் இறந்தாலும் தான் வாழ வேண்டும்
என்றிருக்கும் வஞ்சகர் உலகம் இது!

மெய் பொருளை புதைத்து போலிகளை தலைமேல் வைத்து
கொண்டாடும் ஆறறிவு இனம்!

எதற்கும் பயனில்லாதவன் நான் - அடுத்தவர் பெறவிருக்கும் பயனை
இடைமறிக்காத மனிதன் நான்!

பெயர் புகழை விரும்பாதவன் நான்
பிறர் புகழை பாட மறக்காதவன் நான்!

அதுவும் வெற்று அற்பஉயிர் உடலில்
ஒட்டிக்கொண்டிருக்கும் வரை தான்!!

மரணம் எத்தனை?:

(துண்டு சீட்டு மன்னிதழ் நவம்பர் 2022)

அழிய போகும் உடலுக்கு தான் ஆசைகள் எத்தனை?
இல்லம் இல்லாத உயிருக்கு தான் ஈடணம் எத்தனை?
உரையாடல் விஞ்சிய உலகில் தான் ஊடல் எத்தனை?
எள்ளல் நிறைந்த வையகத்தை தான்
ஏற்போர் எத்தனை?
ஐம்பொறி அடக்கும் ஆன்மாக்கு தான்
ஐ(யம்) எத்தனை?
ஒற்றுமை குலைந்த பூமியில் தான்
ஓகை எத்தனை?
ஔவியம் பொதிந்த தரணியில் தான்
ஔடதம்(அஃகு) எத்தனை??

படைப்பின் சுழல்:

(துண்டுசீட்டு மின்னிதழ் ஜனவரி 2023)

எப்படிபட்ட வீரனும் தப்பமுடியாத சுழல்!
வாகை காணா மாந்தரும் வென்றுவிட
துடிக்கும் கடின சுழல்!
படைத்தவன் இருக்க படைப்பை அழிக்க வரும் மாற்றானை
தடுக்காத சுழல்!
உனக்கு உரியதை அடைய உலகமே எதிர்க்கும் போராட்ட சுழல்!
இருப்பதை விடுத்து பறப்பதை பிடிக்க எண்ணும் சுழல் படைப்பின்
சுழல்!

படைத்ததேன்?

(துண்டுசீட்டு மின்னிதழ் மார்ச் 2023)

அழியும் உடலை படைத்ததேன்?
அழியா புகழை படைத்ததேன்?
உருகும் பனியை படைத்ததேன்?
உருகா உயிரை படைத்ததேன்?
அலையும் மனதை படைத்ததேன்?
அலையா தாவரத்தை படைத்தேன்?
மாறும் மனிதனை படைத்ததேன்?
மாறா காதலை படைத்ததேன்?
தீரும் நட்பை படைத்ததேன்?
தீரா வீரத்தை படைத்ததேன்?
மறையும் கோள்கள் படைத்ததேன்?
மறையா கதிரை படைத்ததேன்?

கண்டவர் உண்டோ?:

விறகுடன் வெட்டியானை விழித்தவுடன் கண்டவர் உண்டோ?
பார்ப்பதில் எல்லாம் கவிதை வரைந்தவர் உண்டோ?
சொற்கள் ஊடே பொருள் கண்டவர் உண்டோ?
சிறகில்லா பறவை பாடுவதை கண்டவர் உண்டோ?
உணவில்லா மாந்தர் திறமையை கண்டவர் உண்டோ?
எமையாளும் இயற்கையை வென்றவர்
உண்டோ?
நினைவில்லா மாந்தரின் கனவை கண்டவர் உண்டோ?
செல்வமில்லா மாந்தர் மனதை வருடியவர் உண்டோ?
செயற்கை அறிவின் சிதைவை கண்டவர் உண்டோ?

தேர்ச்சி பெறா கவிதை:

வாழ்க்கை இல்லாதவன் நான்
உயிரில்லாத மனிதன் நான்
உறவில்லாத தனியன் நான்
உயிருள்ள பிண்டம் நான்
வணிகம் வீழ்த்தியவீரன் நான்
வஞ்சக உலகில் வருத்தம் நான்
அஞ்சுவர் கெஞ்சுவர் மிஞ்சுவர்
தம் வேலை நடந்திட;
தேர்வாகா கவிதை நான்
முற்றுபெறா கதை நான்
கற்றறியா காவியம் நான்
முழுமையடையா வசனம் நான்
ஏமாற்றுபவனும் ஏமாறுபவனும் நானே
ஒருசேரா எழுத்து நான்
பெயரில்லா ஊருக்கு பயணம் எதற்கு?

என் சமாதி:

நான் சந்தித்த துயரங்கள் பல கோடி
ஆயினும் துன்புறுத்தி உயிரை வஞ்சித்ததில்லை
எனது அழிவிலும் ஒரு ஆக்கம்
ஊக்கம் இல்லா மக்களுக்கு தாக்கம்
மண்ணில் வாழ்ந்து மறைந்தவர் பலகோடி
ஆக்கத்துடன் வாழ்ந்தவர் வெகு சிலரே!
அழிவு கண்டு எழுச்சி கொள்வீர்
துணிவுடன் அன்பில்லா உலகில் வாழ்வீர்
அன்பு கொண்ட சமூகத்தை படைப்பீர்
சான்றோர் வழிமாறா ஆன்றோராக அமைவீர்
வணிகம் என்றும் உதவாது அன்பு ஒன்றே!!

பக்தி உலா:

முருகா:

முருகனை நினைப்போர்க்கு மறைவேது?
குமரனை கும்பிடுவோர்க்கு குறைவேது?
சரவணனை சரணடைவோர்க்கு சாவேது?
பழனிநாதனை வணங்கியவர்க்கு பகையேது?
கடம்பனை காப்போர்க்கு கறையேது?
இயற்கையை போற்றுவோர்க்கு இறப்பேது?
இறையை துதிப்போர்க்கு இழப்பேது?
சேயோனை சேர்வோர்க்கு சறிவேது?
தண்டபாணியை அறிந்தவர்க்கு தாழ்வேது?
ஆறுமுகனை அடைவோர்க்கு அழிவேது?
முருகா முருகா முருகா...

வேலா:

வேல் ஏந்தி வினை முடிப்பான்!
உலை என கொதித்திடும்
உடலையும் உறைய வைப்பான்
தமிழ் காக்கும் கலைஞனை
தன்னுயிர் தந்து காத்திடுவான்
கால்கள் நடுங்கின் தன்
கைவேல் தந்து உதவிடுவான்
போர்கள் பல தொடுக்க
பக்க பலமாக நிற்பான்
வேல் ஏந்தி வினை முடிப்பான்!

காயம் ஆற்றும் காளி:

தைரியம் கொடு தாயே காளி!
எமது உரிமை மீட்டிட
உமது ஆக்ரோசத்தை கண்டிட
எமனை வென்று காட்ட
தனது படையை எழுப்பிட
நினது கைவாள் ஆகிட
சிவன் அருள் செய்திட
காலம் கழித்து கணித்திட
பாதம் பற்றி தொழுதிட
வேகம் கொண்டு இயங்கிட
தாகம் ஒன்று தணித்திட
வானம் கானல் ஆகிட
அயலார் என்றும் அஞ்சிட
பகைவர் பகையை வெறுத்திட
அகிலம் அமைதி காத்திட
சிகரம் அடைய சக்திவந்திட
தைரியம் கொடு தாயே காளி!

காதல் உலா:

காதல் கண்மணி:

முந்தை காதல் தொடர்வதா
பிந்தை காதல் தொடங்குவதா
கண்மணி!
நுந்தை காதல் விருப்பமா
எந்தை காதல் விருப்பமா
கண்மணி!
வண்ணங்கள் எல்லாம் நீயே
எண்ணங்கள் எல்லாம் நீயே
நம் காதல் தவிர்க்காதேடி
கண்மணி!
மோகம் கொள்ள மாட்டேன்
வேகம் கண்டு ஓடாதே
தாகம் தீர வழியேது
கண்மணி!
உன் உயிர் என்னோடு
என் உயிர் உன்னோடு
நம் உயிர் தாய்தமிழோடு
கண்மணி!
நம் மகளை மார்மீது வைக்க
நம் மகனை தலைமீது வைக்க
நீ எந்தன் கண்ணோடு தான்
நான் உந்தன் விழியோடு தான்
கண்மணி!
பாட்டு இசைத்து பாடுகிறேன்
பூக்காட்டில் தொடங்கிய பந்தம்
சாக்காட்டில் சென்று முடியும்
முடிந்த பின்னும் தொடரும்
கண்மணி!
காவியத்தில் காணா கலைமானே
ஓவியத்தில் ரசிக்கா வண்ணமானே
சிற்பத்தில் தென்படா எழில்மானே
ஓசையில் தெவிட்டா இசைமானே
நாட்டியத்தில் ஆடா பெண்மானே
கண்மணி!

அவள் முகம்:

தொடர்வண்டியில் அனேக பெட்டிகள் இருந்தும்
என் கவனம் சென்றது அந்த ஒரு பெட்டியில் தான்
அவள் அங்கு தான் இருந்தாள்
கடும்இருட்டில் அவள் முகம் மட்டும் பிரகாசித்தது
விளக்கு ஒளியிலா நிலவு ஒளியிலா திறன்பேசியை அவள் கையில் கண்டதும்
கவி தீட்ட எனது எழுதுகோலை எடுத்தேன்!

சாலையோரம்:

சாலை யோரம் செல்லும் போது
காவிய சங்க தமிழ் பெண்ணின்
சாயாத விழி என் வழி
மாற்றிடுமோ என்று அஞ்சி விஞ்சி
விரைந்தேன் விமானமாய் இக்கவியை இயற்ற!!

கல்யாண வாழ்த்து:

இருமனம் ஒன்றாய் மணம் வீசும்
ஒன்று உயர இரண்டும் உயரும்
நிதம் நீங்காது நிலைத்து நிற்கும்
வாழ்வின் வரம் எப்போதும் இருவருக்கும்
அன்பும் அறிவும் அளவிட வார்த்தை
தீர்ந்து போகும் அளவிற்கு அமையும்
இல்வாழ்வு நல்வாழ்வு பயக்கும் திருமணம்

செவ்விதழ்:

செவ்விதழ் நான் துயிலும் நந்தவனம்
நீங்காத நிலைத்திருக்கும் நன்னிலம்
சோகம் போக்கும் சொர்கவாசல்
யாகம் வளர்க்கும் ஓடைகரை
தாகம் தணிக்கும் தீர்த்தக்கரை
கோபம் குலைக்கும் மென்க்கரை
பலமலர்கள் கண்டும் கவலையில்லை
செந்நிற மலரைகண்டதும் வாஞ்சை
வந்து வாடாத விருப்பம்
செவ்விதழ் நான் துயிலும் நந்தவனம்

உணர்ச்சி உலா:

இருபெரும் சக்திகள்:

பிரிந்தால் பலனில்லை..
இணைந்தால் இணையில்லை..
உயர்ந்தால் உயரமே/சிகரம் இல்லை
எங்களுக்கு எல்லைகள் இல்லை
மாறிவரும் தொல்லைகள் இல்லை
விலையில்லை வளமுண்டு
போரில்லை புகழுண்டு
வாழ்வில்லை காலமுண்டு
காமமில்லை காதலுண்டு
பிரிவில்லை பயனுண்டு

சலனம் தவிர்:

காலத்தை கடத்தும் ஞானத்தை மறைக்கும்;
கிடைக்கும் முன் இருப்பது
கிடைத்த பின் இருக்காது
கவர்ந்து இழுக்கும் மஞ்சு
களவு வழங்கும் நஞ்சு
வளமற்ற வாழ்வு மிஞ்சும்
மாந்தர்க்கு அமையும் மானம்
கரைந்தால் அமையாது பிடிமானம்
சபலம் என்றுமே சலனம்
விஞ்சியபின் மீள்வது அரிது
காமத்தை வென்றவன் உலகை வென்றவன்;

காமமறு:

பிறப்பும் இறப்பும் துணை என்மனார்
உடல் எனும் களத்தில்
உயிர் எனும் கலமும்
சீராக நேராக செல்லும்
பேரும் புகழும் வாங்கும்
வழியில் பெரும் இடைக்கல்
காமம் எனும் உரக்கடலில்
முட்டி நில்லாமல் கடக்கின்
மன மலம் மறைந்து
அமைதி அருள் பிறந்து
வாழ்வு எனும் பயணம்
சிறந்து சிறக்கும் என்றும்
வானமும் வளைந்து கொடுக்கும்
பூமியும் பறந்து உதவும்
பிறப்பும் இறப்பும் துணை என்மனார்

குறள் கவிதை 343:

(திருச்சி செம்மொழி மன்றம் நடத்திய ஒரு குறள் ஒரு கவிதை கவியரங்கத்தில் இடம்பெற்ற கவிதை)

பொருள் அவா தவிர்த்து ஐம்புலன்
அடக்கி அகிலம்(தன்னை)ஆளுவான்
நன் துறவி; பார்ப்பன
வற்றில் ஏற்படும் கண்பற்றும்
நுகர்வன வற்றில் ஏற்படும்
நாசி பற்றும் கேட்பன
வற்றில் ஏற்படும் பற்றும்
சுவைப்பன, பேசுவன வற்றில்
ஏற்படும் வாய் பற்றும்
உணர்வன வற்றில் ஏற்படும்
உடல் பற்றுமாகிய நஞ்சு
பரப்பும் ஒட்டுண்ணிகளை அகற்றிடுவான் அறிவன்

உயிர் காக்கும் கவி:

இணைந்து உயிர் காத்திட இயற்கையோடு
தலைகாக்க தினம் நீராடு
உடல்சமன்பட அதிகாலை காற்றாடு
காலுறுதிபட உண் மண்வளத்தோடு
கொழுப்பு கரைய நகர்ந்தாடு
சக்திநிறைந்த செயல் வானாடு
இணைந்து உயிர் காத்திட இயற்கையோடு

பாரதியும் பிரகாசமும்:

(பாரதிக்கு வழங்கிய பிறந்தநாள் பரிசு)

தாயும் தமிழும் ஒன்றென்பேன்
பாரதியும் தாசனும் கண்ணென்பேன்
கவியும் கதையும் சுவையென்பேன்
நயமும் நாணயமும் உடலென்பேன்
பழமையும் அறிவும் உயிரென்பேன்
உயிரும் உடலும் தமிழென்பேன்
பண்பும் பயனும் பகலென்பேன்
இன்பமும் இனிமையும் இரவென்பேன்
களமும் காலமும் நிலமென்பேன்
வாழ்வும் வளமும் விசும்பென்பேன்
தனிமையும் தானமும் தீயென்பேன்
நானும் நீயும் நீரென்பேன்
பாரதியும் பிரகாசமும் வளியென்பேன்!

சுதந்திர காற்றை சுவாசிப்போம்:

(துபாய் தமிழ் சங்கம் போட்டுக்கு அனுப்பப்பட்ட கவிதை)

விடுதலை பெற்ற நாடு நம் நாடு
பெண் விடுதலை பெறாத நாடு!
சுதந்திரம் என்பது மாயம்
விவசாயிக்கு ஏராளமான காயம்!
மேலைநாட்டு கலாச்சாரத்தை வரவேற்று நமது கலாச்சாரத்தை
தொலைத்த முற்போக்கு சமுதாயம் நம் சமுதாயம்!
உடலுக்கு தேவை நலமா? வளமா?
அன்னிய நிறுவனம் தருவது பலமா?
சுதந்திரம் பெற்ற பின்பும் யாம் உம்மிடம் பணிந்து போவமோ?
சாவமோ?
கேளிக்கைக் காட்டி எம்மை வீழ்த்தவோ? சிரம் தாழ்த்தவோ?
எடுத்து சென்ற செல்வம் போதாதோ? எம் மண்ணின் மைந்தர்கள்
மோதவோ?
வெறி தீரவோ?
கொள்ளையடிக்க இன்னும் திட்டமோ?
எங்கள் உரிமை மட்டமோ?
செல்லாப் பொருளை விற்கவோ?
கறுப்பு நிறமென்ன பாவமோ? சாபமோ? உமது அகம்
வெள்ளையோ? பகல் கொள்ளையோ?
கொல்லைபுறமாக வருவது உமது வழக்கமோ? பழக்கமோ?
நாங்கள் உன் வீட்டு சோதனை எலிகளோ?
சாதனை செய்யும் புலிகள்!
வந்தே மாதரம்! வந்தே மாதரம்!

பொன்மாலை பொழுது:

(பிளாக்ஷீப் கவியாற்றுப்படை போட்டிக்கு அனுப்பபெற்ற கவிதை)

ஆதி அந்தமில்லாத அகண்டு விரியும்
ஆகாயம் பொன் ஒளியை பரப்பும்
நம் மனதில் அமைதியை நிரப்பும்
இளவெயிலில் இலேசான காற்று மயக்கும்
பொன்வண்டு மலரை மயக்க கீதம் இசைக்கும்
செடியும் மலரும் இதய ராகம் கேட்டாடும்
இறகிகள் தேன் சுவை தேடி உலாவும்
பச்சை வண்ண கிளிகள் பாட்டு பாடும்
குருவிகள் பின் பாட்டு பாடும்
அழகு மயில் தோகை விரித்து ஆடும்
அசூயை கொண்ட கலைமான் போட்டி போடும்
கல்லும் கரைந்து போகும் கானம்
புல்லும் அசைந்து ஆடும் தாளம்
நீயும் ஆடு வா.. நானும் ஆடுவேன்
நாதம் தான் பாட்டுக்கு ஆதாரம்
நீ தான் எனக்கு ஆதாரம்
உனக்கு ஒரு பாடல் பாடுவேன்
பல்லவி நான் தேடி பார்த்தேன்
எங்கும் காணவில்லை
பைரவி நீ என் முன்னே
சரணம் எடுத்தேன் அதன் பின்னே
வர்ணம் கொண்ட வரியை எழுதி முடித்தேன்
நான் எழுதிய பாடல் பாடவா..
உன்னோடு ஆனந்த கூத்தாடவா..
என்னோடு சேர்ந்து நீயும் பாடு வா..
வான் உயர பறக்கலாம் வா..

பொற்காலை பொழுது:

பலம் சேர்க்கும் காலை இளம்வெயில்
மண்ணில் தவழும் உழவர்நண்பன்
குருவியோடு அணில் பண்ணிசைத்து
பாடும் இளந்தளிருடன் வசந்தகாலம்
வெளிர் பச்சை துளிர்களோடு
அடர் பச்சை மாமரம்
எழில் மிகு சூழல்
அசைந்தாடும் பயிர்களுக்கு இடையே
எனைக்காண வந்ததொரு பெண்புறா
பசும்பயிர் கண்டிமை பிரியாது
அகரத்தோடு பிறந்து உச்சம் தொடுக!

தஞ்சை:

(தஞ்சை எனும் தலைப்பில் கவிதை கேட்ட தம்பி நித்திஸ்க்கு எழுதிய கவிதை)

நெஞ்சை யள்ளும் மரபுகவிதை என்றும்
மஞ்சை மாலையில் ஒளிரும்
வாஞ்சை கொள்ளும் பொன்னகரம்
அஞ்சை ஆறாக்கும் ஐயாறு
அஞ்சலில் நல்லகவிதை ஒன்று கேட்டேன் **மஞ்சளும்** *மாலையும்*
தந்தது அமுதபூமி என்னுயிர்
தஞ்சை தஞ்சம்புகுந்தவர் தலைகாக்கும்
நெஞ்சை யள்ளும் மரபுகவிதை என்றும்

அன்பு மழை:

(மழை கவிதை தொகுப்பு, யாப்பு பதிப்பகம்)
ஆதவன் வெப்பத்தால் ஆவியாகி மேலே செல்லும் உவர்நீர் எப்படி
நிலத்திற்கு தெளிநீராக வருகிறதோ...
மனித மனத்திலிருக்கும் நஞ்சு விலகி
மனம் குளிர்ந்து அன்புமழை பெய்ய வேண்டும்
அவலம் எனும் கொடிய வறட்சி அகல அன்பு எனும் மாரி
இப்பாரெங்கும் பெய்திட வேண்டும்
அடிமைத்தனம் எனும் இருள் விலக
அருள் எனும் சாரல் அடிக்க வேண்டும்
அனைவருடைய மனதிலும் அன்பு அடைமழையாக பெய்து ஆக்க
பூங்காவாக அமைதி ஆலயமாக அகிலம் மாறிட வேண்டும்!

என் அன்பு ஆசிரியை:

(இதயம் தொட்ட மனிதர்கள் கவிதை தொகுப்பு, யாப்பு பதிப்பகம்)

நான் இவ்வளவு தூரம் கடந்து
வந்ததற்கு காரணம் அவர்!
நான் பிழை செய்த போதெல்லாம்
என்னை ஊக்க படுத்தும் ஜீவன் அவர்!
நான் முதன்முதலில் அன்பை இலவசமாக பெற்றது அவரிடம்!
பெற்ற அன்பை மீண்டும் வழங்க
தகுதியுடைய நபர் அவர்!
ஆசிரியர் இல்லையேல் ஆக்கமும் இல்லை
என்னை ஆளாக்கி அழகு பார்த்தவர் அவர்!
நல்லாசிரியர் விருதை விட உயர்வான
நன்மதிப்பை பெற்ற நல்லுள்ளம் படைத்தவர்!
வேடிக்கை உலகத்தில் நான் சரண்புகுந்த சரணாலயம் அவர்!
தன்னைவிட உயர்ந்த போதிலும் என்மேல் தனிப்பாசம் கொண்ட
ஒப்புயர்வற்றவர்!
இக்கவியை இயற்ற உபகாரம் செய்த உமக்கு உபசாரம் செய்யும்
களிப்புக்கு இணையான உவகை இவ்வுலகில் இல்லை!

எதுவும் கடந்து போகும்:

(இதுவும் கடந்து போகும் கவிதை தொகுப்பு, யாப்பு பதிப்பகம்)

இன்பமும் துன்பமும் நம்மை ஆட்கொள்ளும்
துன்பமும் சதியும் விதியுடன் நடந்து செல்லும் - கைப்பற்றும்
தூரத்தில் இருப்பதை
அடையாது ஆசை தீயில் வேகும் இதயத்தை கட்டுபடுத்தும் திறன்
இருப்பின்
உதயம் காணலாம் எதிலும் என்றும்
இதுவும் எதுவும் கடந்து போகும்

தூளி துளிர்த்தல்:

எவ்வித பாகுபாடு பாராமல்
அனைவரையும் மதித்து வாழ்ந்து
நல்லவற்றை வளர்த்தி அல்லதை தளர்த்தி
பொய் கோபத்தை விடுத்து மெய்ஞானத்தை அடையவும்
மண், பெண், பொன் இவற்றுக்கு அடிபணியாது
இன்னல்படும் பிறரை கைத்தூக்கி விடவும்
இயற்கையோடு இணைந்து வாழவும் மொழி, உழவு, கல்வி
வளர்க்கவும்
மண்ணுன்னும் வரை பயிற்சி செய்தல் திண்ணம்
ஐக்கூ உலா:

உன்னை பார்த்தாலே பரவசம்
நெருங்கினால் உல்லாசம்
பில்டர் காபி

ஐக்கூ உலா

நாணம் துளிகூட இல்லாது
அங்கம் எங்கும் முத்தமிடும்
காற்று

எட்டி பிடிக்கும் தூரம்தான்
பிடிக்க முடியாது
கடிகார முள்

ஒன்றை நூறாக்கும்
உள்ளூர் விவசாயி
பறவை

கூந்தலை
அள்ளி முடிந்துவிட்டு சிரித்தாள்
கண்ணாடியை பார்த்து

நொடியில் நொறுங்கும்
கண்ணாடியல்ல என் மனம்
நெருக்கத்தில் அவள்

நினைத்து நினைத்து
சிரித்து கொண்டேன் காதலியையல்ல
நல்ல மனிதனை

முன்பின் அறியாத உறவு
மூப்பு காலம்வரை தொடர்வது
மீளா நட்பு

முதல்முறை நான் பறக்கிறேன்
செலவில்லாமல் பறக்கிறேன்
பிறர் மன மகிழ்வில்

முத்தமிட்டாள் என்னை
இதழ் பதிக்காமல் முத்தமிட்டாள்
இனிமையான சுவாசத்தால்

உடலை உருக்கி
உயிர்களை வளர்க்கும் ஜீவன்
தகப்பன்

உற்ற நேரத்தில்
உரியதை செய்து உயிர்மீட்பவன்
கடவுள்

ஊசலாடும் உயிர்
கவலையின்றி ஊஞ்சல் ஆடுபவன்
புறவெளி அலங்காரன்

உறுதியில்லாத ஒன்று
உறுதியாகும்போது அகம் களிக்கும்
எதிர்பார்ப்பு

மூடினால் மறையும்
திறந்தால் தெரியும்
வாசனை

மூடியிருந்தால் தெரியும்
திறந்தால் உடனே மறையும்
சொப்பனம்

இளங்கையில் நடுக்கம்
பழங்கையை பற்றும் போது
முதியவரின் கரம்

வருடம் முழுவதும் விடுதலை
ஒரு மாதம் மட்டும் சிறை
புரட்டாசி

வதைத்தனர்
ஆயுதமில்லாமல் வதைத்தனர்
சுடும்சொற்களை கொண்டு

பேரழகி அவள்
புறத்தால் அல்ல அகத்தால்
என் ரசிகை

தெளிவாய் படிப்பாய்
மறைவாய் சிரிப்பாய்
ரசிகை

கண்ணோரம் கதைப்பாய்
விழியோரம் வதைப்பாய்
கண்மை

மனதை நிலைப்படுத்தும்
அறிவை வளப்படுத்தும்
தனிமை

நிழலை நிலையாக்கி
இரவை பகலாக்கி தருபவன்
ஓவியன்

பார்த்ததும் பற்றிக்கொள்ளும்
நினைவில் நிலைத்திருக்கும்
உன் பார்வை

கொட்டும் மழை
சொட்டு கூட நினையவில்லை
சன்னல் இல்லா அறை

கொட்டும் மழை
ஓரிரு துளிகள் என்மேல்
சன்னல் ஓரம்

குடையின்றி நிற்கிறேன்
முழுதாய் நினையவில்லை
சன்னல் ஓரம்

உன்னோடு போனால்
மதிப்பில்லை நீ இல்லாமல் போனால் வரவேற்பு
கோடையில் குொடை

வழிநெடுகிலும் வருவான்
நிலத்தை அளப்பவன் நீளம் குறைப்பவன்
ஈருருளி

பிடித்தால் விடாது
பிடிக்கும் வரை போகாது
நோய்

துளியால் துளிர்ப்பாய்
துளியாய் மாய்வாய்
மேகம்

துணையில்லாது அசையாது
ஆடுவதற்கு துணை சேர்க்கும்
காதணி
விண்ணை வெல்லும்
மனதை கிள்ளும்
விழிகள்

தாயின் அன்பை
தாழ்த்தாமல் தருபவள்
சித்தி

குலமரபை காத்து
தாயின் பெயரை உயர்த்துபவன்
மகன்
எந்தன் கவி
பிறக்கும் இடம் உந்தன்
விழிகள்

தொடர்வண்டி விரைந்தாலும் உன்னையே தொடர்கிறது
நாட்கள் நகர்ந்தாலும் நகரவில்லை
என் மனம்

ஹைபுன் உலா:
காணொளி:

காலம் கரைந்து ஓடும். வாழ்நாள் குறைந்து வரும். சிந்திக்கும் நேரம் பகுதி. வளரும் காலம் மிகுதி. உயிர் வெறும் விகுதி. ஊக்கம் கொண்ட உள்ளம் பெரும் தகுதி. வந்து போகும் பொருளில்லாப் பொருள் வெறும் சேறு. நீ சிறிதளவு மாறு. உலகம் வளம் பெருவது எப்போது? கூறு. நீ நலம் பெறுவது வேறு. வானம் வீழ்ந்து மாயும். நிலமும் தாழ்ந்து மாயும்.

வளத்தை அழிக்கும்
நினைவை மயக்கும் வெற்று
காணொளி

www.ingramcontent.com/pod-product-compliance
Lightning Source LLC
LaVergne TN
LVHW050822051026
849532LV00008B/3070
* 9 7 8 8 1 1 9 3 3 2 8 6 1 *